Ang Binibining Tumalo sa Mahal na Hari

The Maiden Who Defeated the King

Muling isinalaysay ni • *Retold by*
Christine S. Bellen

Iginuhit ni • *Illustrated by*
Elbert Or

Ang Binibing Tumalo sa Mahal na Hari
Muling isinalaysay ni Christine S. Bellen
Iginuhit ni Elbert Or

Karapatang-ari ng Anvil Publishing Inc., nina
Christine S. Bellen, at Elbert Or, 2005

Inilathala at ipinamamahagi ng
ANVIL PUBLISHING INC.
8007-B Pioneer St., Bgy. Kapitolyo, Pasig City 1603 Philippines
Sales/Marketing: 637-3621; 637-5141; 747-1622; marketing@anvilpublishing.com
Fax: 637-6084

Salin sa Ingles ni Ani V. Habúlan

ISBN 971-27-1663-5

Inilimbag sa Pilipinas
ng Cacho Hermanos (Subic), Inc.

• • •

The Maiden Who Defeated the King
Retold by Christine S. Bellen
Illustrated by Elbert Or

Copyright by Anvil Publishing Inc.,
Christine S. Bellen, and Elbert Or, 2005

Published and exclusively distributed by
ANVIL PUBLISHING INC.
8007-B Pioneer St., Bgy. Kapitolyo, Pasig City 1603 Philippines
Sales/Marketing: 637-3621; 637-5141; 747-1622; marketing@anvilpublishing.com
Fax: 637-6084

English translation by Ani V. Habúlan

ISBN 971-27-1663-5

Printed in the Philippines
by Cacho Hermanos (Subic), Inc.

• • •

Maaaring sulatan sina/*You can write*
Christine S. Bellen sa/*at* csbellen@yahoo.com;
&   www.moonfairy.tk
Elbert Or sa/*at* elbert.or@gmail.com

Para sa mga Guro at Magulang
For Teachers and Parents

Nalathala ang mga kuwento ni Lola Basyang sa isang popular na magasin, ang *Liwayway*, mula 1925 hanggang 1942. Maliban sa magasin at aklat, narating din ng mga kuwento ang iba't ibang lugar at anyo sa tulong ng komiks, radyo, pelikula, at telebisyon. Nakapaghandog ang mga kuwento ng tunay na kasiyahan sa kapwa bata at matanda.

Muling isinasalaysay ngayon ang mga kuwento ni Lola Basyang upang matunghayan ng henerasyong ito, at ng mga darating pa, ang yaman na mapagkukunan ng mga aral, aliw, at iba pang pag-unawa sa larangan ng panitikang Filipino.

The stories of Lola Basyang were published in a popular magazine, Liwayway, from 1925 to 1942. Besides magazines and books, the stories found their way in many other forms through comic books, radio, film, and television and brought joy to both young and old.

The stories are being retold now so that through them, this generation, and the next ones, will experience this rich source of valuable lessons, history, entertainment, and other important facets of Philippine literature.

Christine S. Bellen

Noong unang panahon sa isang kaharian sa Tundo ay mayroong dalagang balita sa ganda at talino. Anak si Sharay ni Tasan na isa sa mga utusan ng hari. Maraming binatang nanliligaw sa kanya at isa na rito ang anak ni Datu Abdul.

Long ago, in a kingdom in Tundo, there lived a maiden called Sharay. She was the daughter of Tasan, one of the king's servants, and was known for her beauty and intelligence. Many young men have tried to win her love, among them the son of Datu Abdul.

Alam ba ninyong bawal dati na magkapangasawahan ang dalawang taong hindi magkauri sa lipunan?

Did you know that in early times, people from different social classes were not allowed to marry each other?

Ngunit hindi mapigilan ng datu ang pangingibig ng kanyang anak kay Sharay.

"Hindi po lamang kagandahan niya ang nakabibighani sa akin kundi pati na ang kanyang mabuting ugali at katalinuhan," sabi ng prinsipe sa datu.

But the datu could not prevent his son from loving Sharay.

"I adore her, Father, not only for her beauty, but also for her intelligence and kindness," the prince would tell the datu.

Nabuo ang isang plano sa datu. Dadaanin niya sa pagsubok ang binibini. Inutusan niya si Lamukot.

"Hindi ito dapat malaman ninuman," utos ng datu.

Nanginig sa takot si Lamukot. Para na rin kasi niyang anak si Sharay dahil sa anak ito ng kaibigan niyang si Tasan.

So the datu plotted a challenge for the young servant. He summoned Lamukot.

"This will stay between us," the datu ordered Lamukot who trembled in fear. Sharay was like his own daughter because her father, Tasan, was his close friend.

Masiglang sumalubong si Sharay kay Lamukot nang makita ito sa bungad ng kanilang bahay.

"Ipinag-uutos ng mahal na datu na lutuin mo raw ang pipit na ito ng labindalawang putahe. Kamatayan ang parusa kapag hindi mo nasunod ang utos," parang kinurot ang puso ni Lamukot sa dalang balita.

Sharay welcomed Lamukot when she saw him in front of their house.

"The datu ordered for you to cook this pipit into twelve different dishes. You will be sent to your death if you do not follow this order," Lamukot sadly relayed the message to the young Sharay.

Hindi naman napawi ang sigla ng binibini. Tinanggal nito ang payneta sa buhok saka inabot kay Lamukot.

"Pakisabi sa mahal na datu na gawin muna niyang labindalawang pinggan at panandok ang aking payneta upang mapaglagyan at maipangkuha ng labindalawang putahe ng pipit na lulutuin ko," sagot ni Sharay.

Sharay was not discouraged. She took off the comb in her hair and gave it to Lamukot.

"Kindly tell the datu to turn my comb into twelve plates and ladles to serve the twelve dishes I will be cooking," Sharay replied.

Muling pinabalik ng datu si Lamukot kinabukasan.

"Ipinag-uutos ng mahal na datu na ipagpalit mo ng ginto ang tupang ito ngunit ibalik sa kanya ng buhay pagkatapos," parang nasasamid na sabi ni Lamukot.

The datu sent Lamukot back to see Sharay the next day.

"The datu wants you to trade this sheep with gold, but you have to return the sheep alive to him," Lamukot reluctantly told Sharay.

Kinabukasan, inahitan ni Sharay ng balahibo ang tupa.

Ipinagbili niya ang balahibo kapalit ng isang garapitang ginto.

Pagkatapos ay nagtungo siya sa kaharian ng datu upang isauli

ang tupa at ibigay ang ginto.

The next day, Sharay sheared off the sheep's fleece and sold it for gold.

Then she went to the palace to return the sheep and give the gold to the datu.

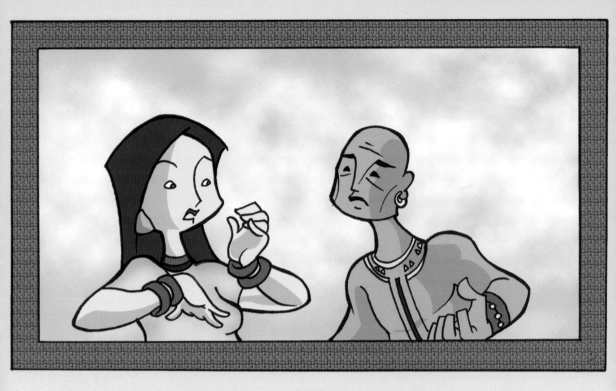

Humanga ang datu sa katalinuhan ng binibini. Ngunit hindi pa doon nagtapos ang kanyang pagsubok.

"May sakit ang datu at nangangailangan ng gatas ng lalaking kalabaw para siya ay gumaling. Ikaw, Sharay, ang napili niyang maghanap nito," pinagpapawisan si Lamukot sa matinding utos ng datu.

The datu was impressed with Sharay's intelligence. But the challenges did not stop there.

"The datu is sick and is in dire need of milk from a bull. He wants you to find it for him," Lamukot nervously told Sharay.

Samantala, nagpasabi noon ang datu sa buong kaharian na walang sinumang maliligo at maglalaba sa ilog kinabukasan dahil maliligo siya.

Meanwhile, the datu ordered the whole kingdom not to take a bath or wash clothes in the river the next day because he will take a bath there.

Nang gabing iyon, kinatay ni Sharay ang alagang baboy sa banig ng kanyang ama. Maagang-maaga kinabukasan ay nagtungo na siya sa ilog upang labhan ang banig na puno ng dugo.

That night, Sharay slaughtered a pig on her father's sleeping mat. Very early in the morning the next day, she went to the river to wash off the blood from the mat.

Galit na galit ang datu nang umagos sa kanyang pinagliliguan ang dugo. Ipinag-utos niyang hulihin ang taong naglalaba. Nagulat siya nang si Sharay ang nadakip ng mga guwardiya.

"Ano ang dahilan at naglalaba ka ng banig? Hindi mo ba alam na ipinagbawal ko ang paglalaba at paliligo ngayon?" sabi ng datu.

The datu was furious when he saw blood in the river where he was bathing. He was surprised that it was Sharay who was responsible for it.

"Why are you washing a sleeping mat in the river? I have ordered everyone not to take a bath or wash anything today!" the datu said.

"Paumanhin po, mahal na Datu Abdul. Ngunit hindi ko dapat ipagpaliban ang paglalaba ng banig na pinanganakan ng aking ama," mahinahong sagot ni Sharay.

"Please forgive me, dear Datu Abdul. But I cannot delay washing the mat where my father had given birth," Sharay explained.

"Hindi maaaring manganak ang lalaki!" nanlaki ang butas ng ilong ng datu sa katwiran ng binibini.

"That's preposterous! Men cannot give birth!" the datu's nostrils flared with anger at Sharay's reply.

"Kung gayon po, hindi rin maaaring magkaroon ng gatas ang lalaking kalabaw," sagot ni Sharay.

"If that's the case, then it's also impossible for a bull to have milk!" said Sharay.

Hindi nakaimik ang datu. Pumalakpak ng malakas si Lamukot pati na rin ang mga guwardiya.

Ibinigay ni Datu Abdul ang kanyang basbas upang maipakasal si Sharay sa prinsipe. Alam niyang magiging katuwang ng kanyang anak ang matalinong binibini sa maayos na pamamalakad ng kanilang bayan.

The datu was dumbfounded. Lamukot and the guards applauded.

Datu Abdul gave his blessing to his son to marry Sharay. He knew then that his son will have a wise wife who will help him run the kingdom well.

MGA GABAY NA TANONG
Guide Questions

1. Bakit hindi maaaring magpakasal sina Sharay at
   ang prinsipeng anak ni Datu Abdul?
   Why can't Sharay and Datu Abdul's son get married?

2. Anu-ano ang mga pagsubok na ipinagawa ng datu kay Sharay?
   What were the datu's challenges for Sharay?

3. Bakit malungkot si Tasan tuwing ipinaaabot kay Sharay
   ang mga utos ng datu?
   Why was Tasan sad whenever he delivered the datu's orders to Sharay?

4. Nagitla ba si Sharay sa mga pagsubok ng datu?
   Was Sharay surprised at the datu's tests?

5. Anu-anong mga katangian ng babae
   ang binigyang-diin sa kuwento?
   *What characteristics of a woman
   were emphasized in the story?*